இறை அன்பு

தெய்வானை கோபாலகிருஷ்ணன்

ISBN 979-8-89906-610-8

முன்னுரை

சிறு வயது முதல் இன்று வரை சென்ற கோவில்கள். நான் பார்த்து, வணங்கிய அனைத்து கோயில்களின் மகிமையும், நான் உணர்ந்து கிடைத்த பக்தி பரவசத்தின் வெளிப்பாடு.

என்றும் அன்புடன்

கோ. தெய்வானை.

எனக்கு பிடித்த வாசகங்கள்

---••---

- ஆண்டவனே நம்ம பக்கம் இருக்கான்.
- எல்லாம் நன்மைக்கே.
- எண்ணம் போல் வாழ்க்கை.
- வரலாறு மீண்டும் நிகழும்.
- இப்படி சுத்துற கடிகார முள் அப்படியும் சுத்தும்.
- என்னோட மதிப்பு ஒரு நாள் புரியும்.
- எனக்கும் ஒரு காலம் வரும்.

என்னைப் பற்றி

வீரம் நிறைந்த "திருநெல்வேலி" சீமையில் பிறந்த "வீரத் தமிழச்சி". "செந்தூர்" மண்ணில் பொறியியல் கணினியியலில் பட்டம் பெற்றேன். "தோட்ட" நகரம் மற்றும் "சிலிகான் சிட்டி" என்று அழைக்கபடும் பெங்களூரில் வாழ்கிறேன். உடல் நலக்குறைபாட்டின் போது மிகுந்த மன உளைச்சலின் காரணமாக இருக்கும் போது எனக்கு பக்க பலமாக இருந்த ஐந்து தோழர்கள் மற்றும் தோழிகளுக்கு கவிதை வடித்தேன். என் இரண்டு தோழர்களின் ஊக்குவித்தலாலும், எனது கணவரின் பெரும்

உறுதுணையிலாலும், அவரது கனவு புத்தகமாக எனது எழுத்தோவியம் வெளிவர வேண்டும் என்ற ஆசையின் இந்த கவிதை தொகுப்புகள். அனைத்து வயதினரும் எளிமையாக படிக்கும் வகையில் வடித்தது. எனது மனதில் பட்ட, எனக்கு தெரிந்த தமிழில் பார்த்து, ரசித்து, உணர்ந்து இக்கவிதை தொகுப்புகளை எனது வாழ்வில்

இருந்த அனைவருக்கும், இறைவனுக்கும் நன்றி கலந்த வணக்கத்துடன் சமர்ப்பிக்கிறேன்.

என்றும் அன்புடன்
கோ. தெய்வானை.

பொருளடக்கம்

கணேஷனே

கணேஷ... கணேஷ... கணேஷனே...

கணேஷ... கணேஷ... கணேஷனே...

(கௌரி) பார்வதி மைந்தா கணேஷனே...

யானை முகத்தோனே கணேஷனே...

கணேஷ... கணேஷ... கணேஷனே...

கணேஷ... கணேஷ... கணேஷனே...

வினைகள் களைவாய் கணேஷனே...

முழுமுதற் கடவுள் கணேஷனே...

மோதகப்பிரியன் கணேஷனே...

வெற்றிகள் பெற அருள்வாய் கணேஷனே...

கணேஷ... கணேஷ... கணேஷனே...

கணேஷ... கணேஷ... கணேஷனே...

கந்தனுக்கு மூத்தோனே கணேஷனே...

தம்பிக்கு உதவினாய் கணேஷனே...

புத்திமானே...கணேஷனே...

ஞானப்பழத்தை வென்றாய் கணேஷனே...

கணேஷ... கணேஷ... கணேஷனே...

கணேஷ... கணேஷ... கணேஷனே...

அனைவருக்கும் பிரியமான கடவுள்
கணேஷனே...

கேட்டதை அருள்வாய் கணேஷனே...

கணேஷ... கணேஷ... கணேஷனே...

கணேஷ... கணேஷ... கணேஷனே...

முருகன்

முருகன்... அழகன்...

ஆசான், தந்தை போன்றே சரணாகதி

என்போருக்கு கருணைக் கடலே!

தந்தையின் நெற்றிக்கண்ணிலிருந்து

பிறந்ததால் அக்குணம் போலும்!

ஆறுபடை வீடு போதாது உன் புகழைச்
சொல்ல...

குன்று இருக்கும் இடமெல்லாம் முருகன்
இருப்பான் என்பது போல

உன் மாமன் ஏழுமலையான் இருக்கும்
இடத்தில் நீ இருக்கிறாயா?

ஞானப் பழத்திற்காக நீ சண்டையிட்டும்...

உன் அண்ணன் யானையாய் வந்து வள்ளியை
மணக்க உதவினான்....

பிரணவத்தின் பொருள் உணர்த்தியவனே!

உன் புகழ் பாடும் திருப்புகழ், கந்த சஷ்டி
கவசம்,

கந்த குரு கவசம், கந்தர் அநுபூதி, சண்முக
கவசம்

இப்படி பல பாடல்கள்...

தமிழ் கடவுளே!

முருகனே உன் திருவடிகள் போற்றி!

சிவன்

முக்கண் உடையவனே...ஈசனே!

சரணாகதி என்று வருவோருக்கு - நீ கருணை
கடலே...

உன் பக்தனுக்காக - புட்டுக்கு மண்சுமந்து,
பிரம்படிபட்டு,

நரியை பரி ஆக்கி, இப்படி எத்தனையோ...

மருத்துவராய், மருத்துவச்சியாய்...

மகனுக்காக மாணவனாய்...

தேவர்களுக்காக நீலகண்டனாய்...

ஆனந்த தாண்டவம் ஆடி...

உன் பக்தர்களை அம்மாவும், அப்பாவும் ஆக்கி

உன்னுடனே இருக்கச் செய்தாய்...

உன்னை பற்றி பாடிய பாடல்கள் அனைத்துமே

தேவாரம், திருவாசகம், திருமந்திரம்...

ஆயிரம் கோடி பாடல்கள் புண்ணியம்
தருபவை...

உன்னுள் பாதியை சக்திக்கு கொடுத்தவனே...

யானை முகன் புகழை உலகிற்கு
உணர்த்தியவனே...

ஓம் நமசிவாய என்ற மந்திரம் அனைத்து

அச்சங்களை போக்கி நல்வழி காட்டியவனே

இந்த உலகை ஆள்பவனே! ஈசனே!

உன் திருவடிகள் போற்றி...

கண்ணன்

கார்மேக குழல் அழகா -கண்ணா!

கோபியர்களுக்கு பிரியமானவன் நீ...

மீராவும், ராதாவும் உருகி உருகி காதல், பக்தி

கொண்டாலும் அவர்கள் உன்னுடன் சேர

முடியவில்லை

அவர்களும் கோபியர்கள் போலும்...

ஆனால் ஆண்டாளோ உன்னை சரண்

அடைந்தாள்

ஸ்ரீ லட்சுமி (மகாலட்சுமி)யின் அவதாரம்

என்பதாலோ!...

அர்ஜுனனுக்கு சாரதியாய் மட்டுமல்ல...

கீதையும் உபதேசித்தாய்...

விஸ்வரூப தரிசனம் தந்தாய்.

குசேலனுக்கு நட்பின் இலக்கணமாய்...

கோவர்த்தனகிரியை குடையாக்கி அதன்

மகிமையை உணர்த்தினாய்...

உன் புல்லாங்குழல் இசையால், அண்ட

சராசரமும் உறங்கின...

உன் இசையாலால் அல்லது அந்த குழலின்

இசையாலால்!

இது மாயமா!? மந்திரமா!?

உன் புன்சிரிப்பு, சாந்த பார்வை,

உன் கருணை உள்ளம்...

கண்ணா உன் திருவடிகள் போற்றி...

ராமன்

ராமன் தேடிய சீதை...

சீதை தேடிய ராமன்...

காமமும் இல்லை

காதலும் இல்லை

சீதையை பார்ப்பதற்கு முன்...

ராமன் ஒரு அவதார புருஷன். ஆனால்...

ராமன் வாழ்ந்தது மனிதனாக...

ராமன் மேல் எத்தனை பிரியம்

லட்சுமணனுக்கும்...

பரதனுக்கும்...

சத்ருகனுக்கும்...

அனுமனுக்கும்...

குகனுக்கும்...

சுக்ரீவனுக்கும்...

அனந்தனுக்கும்...

விபீஷணனுக்கும்...

ஜடாயுவிற்க்கும்...

விசுவாமித்திரருக்கும்...

தசரதனுக்கும்...

கைகேயிக்கும்...

சுமத்திரைக்கும்..

கெளசல்யாவிற்கும்...

சபரிக்கும்...

இவர்களுக்கு மட்டுமல்ல...

எனக்கும் உன் மேல்

இறைவனாக...பக்தையாக...

உன் நாமத்தை சொல்லும்போதும்...

உன் இராமகாவியத்தை படிக்கும் போதும்...

புரதன்

திருமாலின் சங்கின் அவதாரமாம்...

அண்ணன் ராமனுக்காக...

ராஜ்ஜியத்தை விட்டவன்...

அன்னை கைகேயியை வெறுத்தவன்...

14 வருடம் ராமனின் பாதசுவடுகளை பூஜை செய்தவன்...

14 வருடம் ராமன் அங்கு வனவாசியாக...

14 வருடம் நீயோ! (பரதனோ!) ராமனின் மனவாசியாக...

லட்சுமணன்

ஆதிசேசனின் அவதாரமாம்...

ராமனின் காப்பான்...

புத்திமான்...

சில நேரம் ராமனுக்கு ஆசானாய்...

ராமப்பிரியன் லட்சுமணன்...

கோபக்காரன்... ஆனால் பாசக்காரன்...

நித்திரையும், பசியும் மறந்தவன்...

ராமனுக்காக உயிர் நீத்தவன்...

இந்த ராமப்பிரியனின் சேவைகள்...

வார்த்தைகளில் அலங்கரிக்கப்பட முடியாது...

உணர்ந்து, கலந்து, உருகி...

ராமனின் பாதங்களில் சமர்ப்பணம்...

சத்ருகனன்

சத்ருகனன்...

"சத்துருக்களை " வென்றவனாம்!

திருமாலின் சுதர்சன சக்கரத்தின் அவதாரமாம்...

லட்சுமணனின் இரட்டையனாம்...ஆனால்,

பரதனுக்கு நெருங்கியவனாம்...

ராமனுக்கு லட்சுமணன் போல...

அவன் வென்றது லவணாசுரன் மட்டுமல்ல...

ராம செளந்தர்யத்தையும்...

ஹனுமன்

சிவசக்தியின் அவதாரமாம்...

உடல் சிவன், வால் (பார்வதி) சக்தி...

வாயு மைந்தன்...

அஷ்டாஅவதானி...

சுக்கிரவனுக்கு அமைச்சர்...

சுந்தர காண்டத்தின் கதாநாயகன்...

ராமனின் எல்லையயற்ற அன்பன்...

பணிவு... சீதையிடமும் கைகேயியிடம்
அளவற்றது...

ராம நாமத்தை சொன்னால்...

எதையும் வெல்வோம் என்று உணர்த்தியவன்...

என்றும் சஞ்சீவியாக...

இன்றும் ராம பக்தனாக...

சீதை

மகாலட்சுமியின் அவதாரமாம்...

ஜனகனின் மகள்...

மிதுளையின் இளவரசி...

அயோத்தியின் மருமகள்...

ஜானகி, மைதிலி என்றும் செல்லமாக,

பக்தியாக அழைப்பார்கள்...

பூமித்தாயின் மகள்...

ராமனின் பிரியமானவள்...

அனுமனின் பக்திக்கு அன்னை ஆனவள்...

லவ, குசலர்களின் தாய்...

சக்தி

லோகமாதா...

என்னே உன் கருணை...

எத்தனை வடிவமாக...

கோமதியாக...

கற்பகாம்பாளாக...

அபிராமியாக...

மரகதாம்பாளாக...

காமாட்சியாக...

விசாலாட்சியாக...

திரிபுரசுந்தரியாக....

மீனாட்சியாக...

பெரியநாயகியாக...

காந்திமதியாக...

தையல்நாயகியாக...

உண்ணாமலையாக...

இப்படி பல... எண்ணில் அடங்கா...

சிவன் இல்லாமல் சக்தி இல்லை

சக்தி இல்லாமல் சிவனும் இல்லை

என்பதை உணர்த்த பல அதிசயங்கள்

யானை முகனிடம் உன் எல்லையற்ற
அன்பையும்

ஆறுமுகனிடம் உன் அளவற்ற சக்தியையும்

அருளிச் செய்தது...

அவர்களுக்கு மட்டுமல்ல...

உலக ஜீவராசிகள் அனைவருக்கும் தான்...

என்றும் உன் அன்பு, கருணை,

வழிநடத்தல் வேண்டும்...

உன் திருவடிகள் போற்றி போற்றி...

ஆண்டாள்

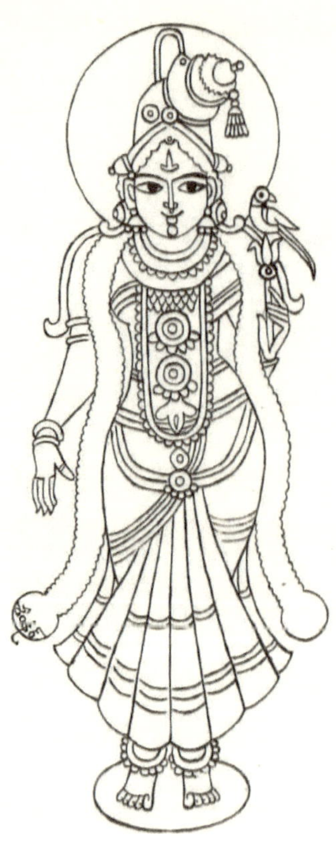

மகாலட்சுமியின் மற்றொரு அவதாரமாம்...

நந்தவனத்தில் துளசி தாயின் மகள்...

பெரியாழ்வரின் செல்ல மகள்...

ரங்கநாதனின் உயிரானவள்...

பாவை நோன்பு மேற்கொண்டு திருப்பாவை

மற்றும் நாச்சியார் மொழி தந்தவள்...

சூடிக்கொடுத்த கோதையாய்...

ஸ்ரீவில்லிபுத்தூரின் நாச்சியாராக...

கோமதி அம்மன்

சங்கரன்கோவிலின் ராணி...

தபசுக் காட்சியை உலகுக்கு உணர்த்தியவள்...

அனைத்து நோய்களுக்கும் மருந்தானவள்...

கருணைக்கடல் ஆனவள்...

என்றும் பக்தர்களின் பிரியமானவள்....

வேல்

வேல்

- சிவன் கொடுத்து,
  சக்தி அருளியது முருகனுக்கு...

- முருகனின் ஆயுதம்...

- சூரனை வதம் செய்தது மட்டுமல்ல
  நம் மனதில் இருக்கும் சூரனை அழிப்பதும்...

- வினை தீர்க்கும் வேல்...

மகா பெரியவா

காஞ்சியின் தீர்க்கதரிசி...

என்னே! உன் கருணை...

என்னே!   உன் அன்பு...

சாட்சாச் அந்த ஈஸ்வரன் அம்சம் தான்...

எல்லா கவலைகளுக்கும் ஓர் தீர்வு...

பல முறை எண்ணினேன் இன்று நீ

இருந்திருந்தால், எத்தனையோ

பிரச்சினைகளுக்கு தீர்வு கிடைத்திருக்கும்...

உன் நகைச்சுவை பேச்சும், சிந்திக்க வைக்கும்

திறன் படைத்தது...

வார்த்தைகள் போதவில்லை

உன்னை பற்றி எழுத...

உன் கடைக்கண் பார்வை மட்டுமே போதும்...

திருமுருக கிருபானந்த வாரியார் சுவாமிகள்

"வாரியார் தாத்தா"....

என்று செல்லமாக குழந்தைகளால்

அழைக்கப்படும் சுவாமிகள்...

என்னே! உன் அறிவு...

என்னே! உன் கருணை...

என்னே! உன் பக்தி...

அனைத்து புராணக்கதைகளையும்,

எளிமையான வகையில் உன் சொற்பொழிவு...

என்னே! உன் பணிவு...

உன் முருக பக்தி அளவிட முடியாதது...

உன் எண்ணம் போலே வானில்

விண்ணுலகம் அடைந்தாய்...

நால்வர்

நால்வர்...

இவர்கள் இல்லை என்றால்.

பன்னிரு திருமுறைகள் ஏது ?!

நால்வர் யார் என்ற கேள்வி பலருக்கும்...

"திருஞானசம்பந்தர், திருநாவுக்கரசர் (அப்பர்),

சுந்தரர், மாணிக்கவாசகர்."

சைவத்தின் பொறுமையே இது தான்...

ஒவ்வொரு பாட்டிலும் ஒவ்வொரு

வாழ்க்கை தேவையின் உள் அடக்கம்...

63 நாயன்மார்களின் முக்கியமானவர்கள்

இந்த நால்வர்....

துளசி மாடம்

துளசி மாடம்...

ஒவ்வொரு வீட்டின் லட்சுமி வடிவம்...

உன் இலைகள் மருந்தாகவும், தீர்த்தமாகவும்

நெய்வேத்தியமாகவும்...

சுவாசப் பிரச்சினைகளுக்கு மருந்து...

கிருஷ்ணனுக்கு பிரியமானவள்...

உன் அருள் என்றும் அனைத்து

வீட்டிலும் ஒர் பசுமையான அமைதி...

டுண்டி விநாயகர் கோயில்
(திருநெல்வேலி – தியாகராஜ நகர்)

டுண்டி விநாயகர்...

எங்கள் ஊர் நெல்லையில் என்

வீட்டு அருகில் உள்ள கோவில்

டுண்டி விநாயகர் என்றால் டில்லியில்
இருப்பவர்

ஆனால் எங்கள் ஊர் (பிறந்து வளர்ந்த ஊரில்)
இவர்...

வெறும் விநாயகர் மட்டும் தான் என் சிறு
வயதின் போது...

அதற்கு தனி பயிற்றல் (டியூசன்) படிக்கும்

நாங்கள் தான் மாலையில் மின் விளக்கு
(லைட்டை) போட வேண்டும்...

காலை 8 முதல் 8:30 மணிக்குள் தான் பூஜை...
இன்றோ...

எத்தனை கடவுள்கள்...காசி விசுவநாதர்,

காசி விசாலாட்சி, துர்க்கை, ஹனுமான்,

முருகர், வள்ளி, தெய்வானை,

தட்சிணாமூர்த்தி, சண்டிகேஸ்வரர்,

நவகிரகம், கன்னி விநாயகர்,

நாகர், பைரவர், நடராஜர்,

சிவகாமி அம்மையார்...

அனைத்து நட்சத்திர பிறந்த நாளும்...

அனைத்து பண்டிகை நாளும்...

அனைத்து தேர்வு நாளும்...

அனைத்து அடி பிரதிஷனையும்...

அனைத்து வேண்டுதலும்...

இங்கு தான்...

டுண்டி விநாயகர் திருவடிகள் போற்றி...

விக்ன விநாயகர் கோவில்
(திருநெல்வேலி – தியாகராஜ நகர்)

விக்ன விநாயகர்...

விக்னங்களை தீர்ப்பவராம்...

அனைத்து பஜனைகளும்...

அனைத்து தேவார வகுப்பும்..

திருமுருக வள்ளல் கிருபானந்த வாரியார்

தாத்தா சொற்பொழிவுகளும்...

இரவு ஏழு முப்பது மணி பூஜையும்...

பிரசாதமும்...

கோபுரம் இருக்கும் விநாயகர் கோவில்...

தேர் திருவிழா ஒவ்வொரு விநாயகர்

சதுர்த்தி முதல் நாளிலும்...

அனைத்துமே என் அப்பாவிற்கு

பிடித்த விநாயகர்...

என் மகன் வைத்த செல்லப் பெயர்

"குட்டிப் பிள்ளையார் கோவில்"

விக்ன விநாயகர் திருவடிகள் போற்றி...

மகாதேவ சுவாமி கோவில்
(திருநெல்வேலி மகாராஜா நகர்)

மகாதேவ சுவாமி...

எங்கள் பள்ளியில் அருகில் தான்

இந்த சிவன் கோவில்...

அமைதியான சிவன் கோவில்...

சுயம்புலிங்கம்...

கோமதி அம்மன் கருணையே கருணை...

விநாயகரும், முருகன், வள்ளி, தெய்வானை,

சனீஸ்வரர் மற்றும் நடராஜர், சிவகாமி அம்மை,

மாணிக்கவாசகர், காரைக்கால் அம்மையார்...

சிறுவயது பிரதோஷ நாட்களும்...

மகா திருக்கார்த்திகை சொக்க பானையும்...

தபசு காட்சி கோமதி அம்மையும்...

அனைத்துமே இன்றும் நினைவில் நீங்கா...

மகாதேவரா உன் திருவடிகள் போற்றி...

சாலை குமார் கோவில்
(திருநெல்வேலி சந்திப்பு)

சாலை குமார்...

இது ஒரு முருகன் கோவில்

எங்கள் ஊர் நெல்லை சந்திப்பு (ஜங்ஷனில்)...

ஆறுமுகர் அப்படி ஒரு அழகன்...

ஆறுமுகமும், 12 கரங்களும்...

உற்சவர் வள்ளி, தெய்வானையும் பேரழகு...

ஒவ்வொரு சஷ்டி (மகா கந்த சஷ்டி) அன்று

சாலை குமாரசாமி கோவிலில்

கந்த சஷ்டி கவசம் பாராயணம்...

எத்தனை முறை உன்னை தரிசனம்
செய்தாலும்...

என்றும் மனம் குளிரும்...

சாலை குமாரசுவாமி திருவடிகள் போற்றி...

கெட்வெல் ஆஞ்சநேயர் கோவில்
(திருநெல்வேலி சந்திப்பு)

கெட் வெல் ஆஞ்சநேயர்...

எங்கள் ஊர் நெல்லை சந்திப்பு (ஜங்ஷனில்)...

எனக்கு ரொம்ப பிடித்தமான

மனதுக்கு நெருக்கமான கோவில்...

கேட்டதை அள்ளிக் கொடுக்கும் ஹனுமான்...

வாளும், கதையும், வாலில் மணியும்...

நானும் என் அம்மாவும் முடிந்தவரை

சனிக்கிழமைகளில் செல்வோம்...

அவ்வளவு ஆனந்தம் உன் தரிசனம் காண...

இப்போது தன்வந்திரி, மகாலட்சுமியும்

பல வருடங்களாக இருக்கையில் பேரானந்தம்...

வீர மாருதி உன் திருவடிகள் போற்றி...

நெல்லையப்பர் கோவில்
(திருநெல்வேலி நகரம்)

நெல்லையப்பர் சமேத காந்திமதி...

எங்கள் ஊர் நெல்லை

மற்றும் திருநெல்வேலி பெயர்

காரணமே நெல்லையப்பர் தான்...

உன் கருவறை அருகே கோவிந்த சுவாமியும்...

வைத்திருப்பது என்னே உன் கருணை

ஹரியும், சிவனும் ஒன்று என்ற

ஒற்றுமையுடன் தரிசனம் செய்யும்

அமைதியே! அமைதி...

நீ நடத்தும் திருவிளையாடல் ஏராளம்...

அதுவும் என் வாழ்க்கையில்...!

காந்திமதி அன்னையே உன் கருணையே

கருணை...

நின்ற கோலத்தில் உன் பெரிய திருவுருவம்

ரசிக்கவும், பிரமிப்பும்,

பக்தியும்... வார்த்தைகளே இல்லை...

மிகப்பெரிய கோவில், பல அற்புதங்களும்

சிற்ப வேலைப்பாடுகளும், கலைநயமும்...

சரிகமபதநி தூண்களும், பரதத்தின்

பிறப்பிடம் மற்றும் எண்ணிலடங்கா செய்திகள்...

நெல்லையப்பர் திருவடிகள் போற்றி...

வடக்கு வாசல் செல்வி அம்மன் கோவில்
(சீவலப்பேரி)

வடக்கு வாசல் செல்வி அம்மன் கோவில்...

என் அம்மாவின் குலதெய்வம்...

மூன்று அருட்பெரும் தேவியர்களே...

உங்கள் கருணையே கருணை...

உங்களால் தான் என் குலதெய்வம்

தரிசிக்க அருள் கிடைத்தது...

உங்களின் தரிசனம் (நேரில் வந்து) செய்வது

அவ்வளவு எளிதல்ல...

நீங்கள் நினைத்தால் மட்டுமே தரிசிக்க (நேரில்)

முடியும்...

ஆனால் உங்கள் குறுஞ்செய்தி புகைப்படம்

மூலம் கிடைப்பது பேரானந்தம்....

உங்கள் அன்பு, கருணை, அருள் என்றுமே

அனைவருக்கும்...

வடக்கு வாசல் செல்வியம்மன் திருவடிகள்

போற்றி...

வீரபுத்திரர் கோவில்
(வீரவநல்லூர்)

வீரபுத்திரர்...

என் அப்பாவின் குலதெய்வம்...

சிவனின் அம்சம்...

பக்தர்கள் வேண்டியது நிறைவேற்றி

தரும் கருணை தெய்வம்...

பார்க்கத்தான் நீ கோரமாக இருப்பாய்

ஆனால் உன் அருள் மிகவும் இலகுவானது...

வீரபுத்திரர் திருவடிகள் போற்றி...

சுடலைமாட சுவாமி கோவில்
(இராஜ வல்லிபுரம்)

சுடலை மாடசுவாமி...

எங்கள் குலதெய்வம்...

வேப்ப மரத்தடியில் அருள்புரியும் தெய்வமே...

என்னே! எங்கள் (அடியார்கள்) பாக்கியம்...

நாங்களே உனக்கு அபிஷேகம், ஆராதனை,

நெய்வேத்தியம், பூஜை செய்யலாம்...

உன் கருணை, அருள், அன்பு, அளப்பரியது...

தூய்மையான பக்தி, அன்பு இதுவே

நீ வேண்டுவது...

சுடலை மாடசுவாமி குலம் காக்கும்
குலதெய்வமே!

எங்களையும் எங்கள் குலத்தையும் காத்து
அருள்வாய்...

சுடலைமாடசுவாமி சிவனின் அம்சம்

உன் திருவடிகள் போற்றி...

துர்க்கை அம்மன் கோவில்
(சீவலப்பேரி)

துர்க்கை அம்மன்...

என் அம்மாவின் ஊர் கோவில்...

துர்க்கை மட்டும் தனித்து இல்லை

அவளுடன் அவள் அண்ணன் விஷ்ணு

அருள் பார்வை...

விஷ்ணு துர்க்கையா இங்கு காட்சி...

உன் அன்பு, அருள், கருணை...

உன் கடைக்கண் பார்வை

இவை அனைத்தும் பக்தர்கள் மீது...

விஷ்ணு துர்க்கை திருவடிகள் போற்றி...

அழகிய கூத்தர் கோவில்
(ராஜவல்லிபுரம் செப்பறை)

அழகிய கூத்தர்...

பெயருக்கு ஏற்றார் போல் அழகன்

நடராஜன்...

"முதல் நடராஜர் சிலை" அழகிய கூத்தர்...

"தாமிர சபை" பஞ்ச சபைகளில் ஒன்று

"முனி தாண்டவம்" நடனக் காட்சி

கொடுத்த ஸ்தலமாகும்...

"பச்சை சாத்தியில்" நீ ஆடும் அழகே பேரழகு...

ஒவ்வொரு முறை உன்னை காணும்

போது உன் அருள் பேரருள்...

அழகிய கூத்தர் உன் திருவடிகள் போற்றி...

திருச்செந்தூர் முருகன் கோவில்

திருச்செந்தூர் சுப்பிரமணிய சுவாமி...

செந்தூர் வேலா...

இரண்டாம் படை வீட்டின் அருள்

புரியும் முருகா...

சூரனை வென்று கடற்கரை அருகே

ஜெயந்திநாதராக அருள்புரியும் வேலா...

என்றுமே உன் கடைக்கண் பார்வை

பக்தர்கள் மீது எல்லையயற்றது...

உன் கருணை, சக்தி, அன்பு என் மீது

காட்டியது அளவற்றது...

வீடு தேடி நீயே எனக்கு பரிசாக

வந்தது எனக்கு அளவற்ற மகிழ்ச்சி...

என்றும் உன் அன்புக்கும், அருளுக்கும்

இந்த பக்தை அடிமை...

உன் அளவில்லாத பிரியம் சொல்ல

வார்த்தைகள் இல்லை...

என்றுமே செந்தூர்வேலா உன் திருவடிகள்
போற்றி...

வன்னி விநாயகர் கோவில்
(சின்ன ஓடப்பட்டி கோவில்பட்டி அருகே)

வன்னி விநாயகர்...

வன்னி மரத்தடியில் அருள்புரியும்

விநாயகரே...

உன் அழகே அழகு...

உன் தரிசனமே ஒர் மன அமைதி...

உன் கருணை, அருள் அனைத்து

பக்தர்கள் மீதும் எல்லையற்றது...

சொல்ல வார்த்தைகள் பற்றாது...

என்றும் இறை உணர்வும் பேர் அமைதியே...

வன்னி விநாயகர் திருவடிகள் போற்றி...

குருவாயூர் அப்பன் கோவில்

குருவாயூர் அப்பன்...

தெய்வங்களின் இருப்பிடம் கேரளா...

குருவாயூர் என்ற ஊரில்

குருவாயூர் அப்பன்...

அழகிய குழந்தை கிருஷ்ணன்...

என் வாழ்வில் குழந்தை வரம்

அருளிய கண்ணா...

உன் கருணையே கருணை...

உன் சக்திக்கு ஈடு இணை ஏதுமில்லை...

உன் அன்பு, பக்தர்கள் வேண்டும்

வேண்டுதலை அள்ளிக் கொடுப்பவன்...

தானே விரும்பி அவதரித்து

இங்கே வீற்றிருக்கும் மாயக்கண்ணா...

உன் அதிசயங்களும் , அற்புதங்களும்

கோடி, கோடி...

குருவாயூரப்பன் திருவடிகள் போற்றி...

திருப்பதி பாலாஜி கோவில்

திருப்பதி வெங்கடேஸ்வர சுவாமி.

திருப்பதியில் அருள்புரியும் பாலாஜியே.

உன் திருவடி, திருமுகம் காண

ஒரு வினாடி தான் என்றாலும்...

அதில் அடையும் பேரானந்தமே ஆனந்தம்
தான்...

ஏழு மலை தாண்டி தரிசிக்க வரும்

"ஏழுமலையான்" பக்தர்களுக்கு நீ அருள்

புரியும் கருணையே கருணை...

வார்த்தைகள் போதவில்லை...

ஏழுமலையான் திருவடிகள் போற்றி...

அண்ணாமலையார் உண்ணாமலை அம்மையார்
(திருவண்ணாமலை கோவில்)

அண்ணாமலையார்...
"நினைத்தாலே முக்தி"...
நினைத்தால் மட்டும் போதுமா?!
உன்னை காண கோடி கண்கள் பற்றாது...
ஒவ்வொரு முறையும் உன் கருணை
மெய்சிலிர்க்க வைக்கிறது...
"மலையே சிவன்" என்று அருள்புரிபவன்...
திருக்கார்த்திகை தோறும் உன் அழகு
தனித்துவம் வாய்ந்தது...

உண்ணாமலை அம்மையார்...
அம்மா உன் கருணையே கருணை...
உன்னை தரிசித்த அத்தனை முறையும்
ஏதோ ஒரு அற்புதத்தை செய்கிறாய்...
உன் அன்பு, கருணை என்றுமே பக்தர்களுக்கு...

அண்ணாமலையார், உண்ணாமலை
அம்மையார் திருவடிகள் போற்றி...

ரத்தினகிரி முருகன் கோவில்
(ரத்தின கிரி வேலூர்)

பாலமுருகன் ரத்தினகிரி...

பாலமுருகா என்னே உன் கருணை!...

என்னை காத்த காக்கும் தெய்வமே...

என் வாழ்வில் இக்கட்டான நிலையில்

எனக்கு பெருந்துணையாய் இருந்த கந்தா...

உன் அன்பு, அருள் என்றுமே என் மீது...

வள்ளி, தெய்வானையோடு அருள் புரியும்...

முருகா உன் தரிசனமே ஓர் ஆனந்தம்

மன நிறைவு...

வார்த்தைகள் வரவில்லை...

என்றும் உணர்வும், பக்தியும் தான்...

பாலமுருகன் திருவடிகள் போற்றி...

ஜலகண்டேஸ்வரர் கோவில்
(வேலூர் கோட்டை)

ஜலகண்டேஸ்வரர், அகிலாண்டேஸ்வரி...

ஜலகண்டேஸ்வரர்...

என்னே உன் அருள், அன்பு, கருணை...

உன் தரிசனத்துக்கு...

அர்த்த ஜாம அபிஷேகம் அதுவும்

பால் அபிஷேகம் தந்து

சிவபுராணம் (நமச்சிவாய வாழ்க)

பதிகம் சொல்ல வைத்து...

பள்ளியறை தரிசனமும், ஜலத்தால்

உன்னை அபிஷேகம் செய்ய வைத்து...

பொன் ஊஞ்சல் பதிகம் பாட வைத்து...

பால், கல்கண்டோடு, உலர்ந்த திராட்சை,

முந்திரி (சூடான பாலில் சர்க்கரை சேர்த்து)

மிளகு சாதம், எலுமிச்சை சாதம்

பிரசாதமாக கொடுத்து என்னை

மகிழ்ச்சியின் எல்லைக்கே...

ஜலகண்டேஸ்வரர் உன் அருள்...

ஈஸ்வரா உன் திருவடிகள் போற்றி...

அகிலாண்டேஸ்வரி...

அம்மா உன்னை காண அந்த
கண்கள் என்ன தவம் செய்ததோ
உன் அழகே பேரழகு...
சொல்ல, சிந்திக்க வார்த்தைகள்
இல்லை, மனமும் இல்லை...
கண்களும், மனமும் உன்னை
பார்த்துக்கொண்டே இருந்தது...
உன் அன்பு, அருள், கருணை அளப்பறியாதது...
அர்த்த ஜாம பூஜையில் வெள்ளி அங்கியில்
உன் அழகே தனி...
பள்ளியறை பூஜையில் ஊஞ்சல் பாடல் பாட
உன்னை தரிசிக்க என்ன புண்ணியம்
செய்தேனோ!...
அகிலாண்டேஸ்வரி உன் திருவடிகள் போற்றி...

மணக்குள விநாயகர் கோவில்
(பாண்டிச்சேரி)

மணக்குள விநாயகர்...

விநாயகா உன் கருணையே கருணை...

உன்னை கண்ட பின்பு உன்னையே

பார்த்துக் கொண்டுதான் இருந்தேன்...

அத்தனை மன அமைதி உன்

அருள் கிடைத்த பின்பு...

சுவர்கள் எங்கும் உன் வரைபடம்

அனைத்தும் பிரமிக்க வைத்தது...

உன் தம்பி முருகா இந்த 2024 ஆம் ஆண்டு

உன் கோவிலுக்கு வந்த போது

என்னை திக்கு முக்காட வைத்தான்...

கிருத்திகை தினத்தன்று ஆராதனை |

சப்பரம், என்னையே திரும்பி பார்த்தது

போல் ஓர் உணர்வு...

அதன் அர்த்தம் என் இல்லம் வந்த

பின்பு தான் புரிந்தது...

என் தோழன் குடும்பம் மூலம்

பரிசாக என் இல்லத்தில் வந்து அமர்ந்தது...

சர்க்கரைப் பொங்கல் பிரசாதமாக...

விநாயகா, முருகா, சிவனே என்னே

உங்கள் அன்பு, அருள், கருணை...

மணக்குள விநாயகர் திருவடிகள் போற்றி...

கபாலீஸ்வரர் கற்பகாம்பாள் கோவில்
(மயிலாப்பூர் சென்னை)

கபாலீஸ்வரர்...

* எனக்கு பிடித்தமான கடவுள்...
* என்னே! உன் கருணை...
* என்னே ! உன் திருவிளையாடல்..
* என்னே! உன் அதிசயம்...
* என்னே! ஒர் உணர்வு...
* மயிலாப்பூரின் நாயகன்...
* என்னே! உன் அழகு...
* என் வாழ்வின் திருப்புமுனை...
* உன் பக்தையாக நான்....
* என்றுமே உன் தோழி...
* என்றும் உன் திருவடிகள் போற்றி...

கற்பகாம்பாள்...

* மயிலாப்பூரின் நாயகி...
* பெயருக்கு ஏற்றார் போல் கற்பகமே
* என்றுமே உன் கருணை
  பெருங்கடலின் நான்...
* நினைத்த நாளெல்லாம் தங்கத்தேர்
  தரிசனம் தந்த அருள் தெய்வமே!

* உன் தாய் உள்ளம் என்றுமே
  அனைத்து பக்தர்கள் மீதும்...
  வார்த்தைகள் போதவில்லை
  அம்மா உன்னை பாட, எழுத, ரசிக்க,
  சிந்திக்க...
* என்றுமே! உன் பாதச் சரணம் போற்றி...

நவசக்தி விநாயகர் கோவில்
(லஸ் கார்னர் சென்னை)

நவசக்தி விநாயகர்...

ஆனை முகத்தோனே உன் அருள்

கிடைத்தது என் பாக்கியம்...

நான் இருந்த அந்த 1 வருடம் 8 மாதத்தில்

ஒவ்வொரு சனி மற்றும்

ஞாயிற்றுக்கிழமைகளில்

உன் தரிசனமும்,

விநாயகர் சதுர்த்தியிலும்,

சங்கடகரசதுரத்தியிலும்,

உன் கடைக்கண் பார்வை என்மீது...

உன் கோவிலிலிருந்து தான்

சுவாமிக்கு பூ அருகம்புல் நான் கற்றது...

தோழிக்கு நன்றி...

விநாயகா எத்தனையோ முறையில்

என்னை வழிநடத்தி செய்தாய்...

உன் சக்திக்கு அளவே இல்லை...

உன் அன்பு, கருணை, அருள் என்றுமே

பக்தர்கள் மீது அளப்பறியாதது...

நவசக்தி விநாயகா போற்றி...

நங்கநல்லூர் ஆஞ்சநேயர் கோவில்

ஆஞ்சநேயா...

உன் பெரிய உருவம் காண்போரை

மெய்சிலிர்க்க வைக்கிறது...

மாலை 6:30 மணி பூஜைக்கான

என்ன தவம் செய்தேனோ!

32 அடி உயரமான உன் திரு உருவம் , மகா
பெரியவா

அருளால் நிருவப்பட்டது மகிழ்ச்சியுடையது...

இரண்டு மாதம் ஒவ்வொரு சனிக்கிழமைகளில்

உன்னை காண ரயிலில் பயணம் செய்து

உன் தரிசனம் கண்டு அந்த

சூடான மிளகு பொங்கல் பிரசாதமாக...

உன் சக்தி, அருள், அன்பு, கருணை

என்றுமே போற்றுதலுக்குரியது...

ஆஞ்சநேயா உன் திருவடிகள் போற்றி...

ஆழ்வார்பேட்டை ஆஞ்சநேயர் கோவில்

ஆழ்வார்பேட்டை ஆஞ்சநேயா...

ஒரு சில சனிக்கிழமைகளில்

உன் எட்டு மணி காலை பூஜையில்

தரிசனம் தந்தது என் பாக்கியம்...

நன்றிகள் பல...

தோழிக்கு...

உன்னை அறிமுகம் செய்தது...

அந்தக் கூட்டத்திலும் உன்

தரிசனம் கண்டு பிரசாதமும்...

ஆஞ்சநேயா உன் திருவடிகள் போற்றி...

வடபழநி முருகன்

முருகா...

விரும்பி வந்த இடத்தில்

அருள் பாலிக்கும் கந்தா...

சுவாமிமலை போல் இங்கு

யானை வாகனமும்...

உன் தங்கத்தேர் தரிசனமும்,

ஒரு சிறுவன் போல் சிரித்து வந்த நீ...

நின்ற கோலத்தில், உன் சாந்த

பார்வை மனம் உருகி...

உன்னிடம் ஐக்கியமானது...

விநாயகர், சிவன், பார்வதி,

வள்ளி, தெய்வானை, ஆஞ்சநேயர்

மற்றும் பல கடவுள்

தரிசனம் அற்புதம்...

முருகா உன் திருவடிகள் போற்றி...

வெங்கடசுப்ரமணியர் கோவில்
(வளசரவாக்கம்)

வெங்கடசுப்பிரமணியர்...

உன்னை ஒரு முறை தான்

தரிசனம் செய்தேன்...

கையில் சங்கு, சக்கரம் இருப்பதால்

உன் மாமன் பெயரும் சேர்த்து

வெங்கடசுப்பிரமணியராக...

உன் பெரிய உருவம் எத்தனை பிரமிப்பு...

பக்தர்களுக்கு நீ காட்டும் கருணை

அளப்பறியாதது...

வெங்கடசுப்பிரமணியர் திருவடிகள்

போற்றி...

சாய்பாபா கோவில்
(மயிலாப்பூர்)

சாய்பாபா...

உன்னை ஒருமுறை தரிசனம் செய்தேன்

இத்தனை கோடி புண்ணியம்
செய்தேனோ!?

உன் அருள், அன்பு, கருணையை

சொல்ல வார்த்தைகளே இல்லை...

சாய்பாபா திருவடிகள் போற்றி...

ராகவேந்திரர் கோவில்
(நங்கநல்லூர்)

ராகவேந்திரா...

கிருஷ்ண பக்தர்...

இல்லறத்திலிருந்து துறவு பூண்டவர்...

எத்தனை சோதனை வந்தாலும்

கடந்து செல் பவர்...

நங்கநல்லூர் ஒரு முறை தரிசனம்...

உன்னை போற்ற, எழுத வார்த்தைகள்
பற்றாது...

பக்தி மட்டுமே...

ராகவேந்திரர் திருவடிகள் போற்றி...

அன்னபூரணி

அன்னபூரணி...

அன்னமிடுபவள்...

சாந்த சொரூபினி...

தேவி பார்வதியின் அம்சம்...

சிவனுக்கே அன்னம் கொடுத்தவள்...

பசி என்று வந்தோருக்கு

பசியை போக்கும் தாய்

உள்ளம் கொண்டவள்....

அன்னபூரணி உன் திருவடிகள் போற்றி...

செளந்தர பாண்டிய விநாயகர் கோவில்
(சங்கரன்கோவில்)

செளந்தரபாண்டிய விநாயகர்...

நான்கு தலைமுறை கண்ட விநாயகா...

பக்தியோடு கேட்டவருக்கு கேட்டதை
கொடுப்பவனே...

சுமார் 20 ஆண்டுகளுக்கு மேல்
இல்லத்தில் குடியிருந்து...

அந்த இல்லத்தையே கோவில் கொண்டு

பாதுகாப்பு இன்றைக்கும் அனைவருக்கும்

அருள் புரியும் யானை முகத்தோனே

உன் அன்பு, அருள், கருணை

என்னவென்று சொல்வது...

பல நேரங்களில் என்னை, உன்னை

பார்க்க வர அனுமதிக்கவில்லை....

அப்போதெல்லாம் நான் மனம் கலங்கி

என் மீது உனக்கு என்ன கோபம் ?

பல தடவை நினைத்ததுண்டு...

ஆனால் எல்லாம் நன்மைக்கே

என்று உணர வைத்து

உன் பெரும் கருணையை என் மீது

காட்டியதற்கு கோடான கோடி நன்றிகள்

செளந்தரபாண்டிய விநாயகர் திருவடிகள்
போற்றி...

சமயபுரம் மாரியம்மன்

சமயபுரத்தாளே...

ரங்கனின் தங்கையே...

ரங்கன் அருகே உள்ள ஊரில்...

ஈசனின் பாதியே...

பக்தர்களுக்காக பச்சை பட்டினி
விரதமும்...

பக்தர்களுக்காக நீ காட்டும் கருணையும்...

அன்பும், அருளும் அளவிட
முடியாதவை...

அம்மா உன் அருளால் பல நன்மைகள்...

சமயபுரத்தாளே உன் திருவடிகள்
போற்றி...

உச்சிப் பிள்ளையார் கோயில்
(மலைக்கோட்டை திருச்சி)

விநாயகா...

மாணிக்க விநாயகராக காட்சி
தருபவனே...
மலை மேல் உச்சியில் அருள்
செய்பவனை...
உன்னை காண எத்தனை
படிகள், வளைவுகள் ஏறி...
ஆனாலும் உன்னை பார்த்தவுடன்
மனதில் ஒர் பேரானந்தம்...
கீழே தாயுமானவனான உன்
தந்தையும், மட்டுவார்குழலியாக
அன்னையும் அருள் பாலிக்கும் அழகே
தனி...
மாணிக்க விநாயகா உன் திருவடிகள்
போற்றி...

ரங்கநாத சுவாமி கோவில்
(ஸ்ரீரங்கம்)

ரங்கநாத சுவாமி...

ரங்கா உன் பெரிய திருவுருவம்

சயன கோலத்திலும்...

சிறிய உருவம் சயன கோலத்திலும்...

மட்டுமே நான் கண்டதுண்டு

ஆனால் கோபுரத்தின் பெருமையும்,

உன்னை சுற்றி இருக்கும்

அனைத்து தெய்வங்களும்

தரிசிக்க நேரம் எப்போது வரும்...

உன் திரு உருவம் கண்டவரை ஓர்
ஆனந்தம்

ஒவ்வொரு இடத்திற்கும் அத்தனை

அர்த்தங்கள் பஞ்சரங்கத்தில் மூன்றாவது
கோவில்

மார்கழி மாத பிரம்மோற்சவமும்

வைகுண்ட ஏகாதசி

40 நாட்களுக்கு மேல் கொண்டாடும்

திருவிழா அனைத்துமே செவி வழி

செய்திகள் தான்...

ரங்கா உன் திருவடிகள் போற்றி...

தஞ்சாவூர் பெரிய கோவில் பிரகதீஸ்வரர்

பிரகதீஸ்வரர், பெரியநாயகி...

அப்பா உன் பெரிய திருவுருவம்

காண எத்தனை பாக்கியம் செய்தேனோ!

அம்மா உன் திருவுருவம் கண்டு

உன் அருள் காண எத்தனை

தவம் செய்தேனோ!

விநாயகர், முருகர், வள்ளி, தெய்வானை

மற்றும் அனைத்து கடவுளின் அருள்

அம்மையப்பன் திருவடிகள் போற்றி...

ஆண்டாள் கோவில்
(ஸ்ரீவில்லிபுத்தூர்)

ஆண்டாள்...

மகாலட்சுமியின் அவதாரம்...

தமிழ்நாட்டின் அரசாங்க சின்னமாக

இக்கோவில் கோபுரம்...

திவ்ய தேசங்களில் ஒன்று...

ஆண்டாளின் பிறப்பிடம்...

ஆடிப்பூரத்தின் நாயகியின்
கொண்டாட்டம்...

ஆண்டாளும் ரங்கநாதரும் அருள் புரியும்
காட்சி...

ஆண்டாள் திருவடிகள் போற்றி...

திருவண்ணாமலை கோவில்
(ஸ்ரீவில்லிபுத்தூர்)

திருவண்ணாமலை பெருமாள்...

தென்திருப்பதியாம்...

பெரிய திருஉருவம் கொண்ட

ஸ்ரீநிவாச பெருமாள்...

உன்னை காண கண்கள்

என்ன புண்ணியம் செய்தேனோ!

மலையில் வீற்றிருப்பவனே...

ஆண்டாளின் வேண்டுகோளுக்கு இணங்க

இங்கேயே அருள்பாளிக்கும்

கருணையே கருணை...

ஸ்ரீநிவாசபெருமாள் திருவடிகள் போற்றி...

வைத்தீஸ்வரன் கோவில்

வைத்தியநாதன் சமேத தையல்நாயகி
அம்பாள்...

வைத்தியநாதன் நோய்களை தீர்ப்பவன்...

உலகத்தின் முதல் மருத்துவர்...

பக்தனுக்காக சிவனே மருத்துவராக

வந்து நோய்களை தீர்க்கின்றான்...

தையல்நாயகி அம்மா

 உன் கருணையே கருணை

கால சந்தி பூஜையை பார்த்து தரிசனம்
பெற்றது...

என்னை மெய்சிலிர்த்தது...

முத்துக்குமாரசாமியாக அப்பன் முருகன்

கந்தா உன் அருட்பார்வை அனைத்து

பக்தர்கள் மீதும்...

நவகிரக கோயில்களில் செவ்வாய்க்கு...

ஈசனே, தையல்நாயகியே

உங்களின் திருவடிகள் போற்றி...

சிதம்பரம் நடராஜர் கோவில்

நடராஜனே....

தில்லை நாயகனே...

உலகின் நேர்கோட உன் ஆலயத்தில்...

சிவகாமி தாயாரின் அழகே தனி...

கோவிந்தராஜ பெருமாளின் தரிசனமும்...

பஞ்சபூத தலங்களில் ஆகாய ஸ்தலமாக...

ஆனந்த தாண்டவனாக...

நாட்டிய அஞ்சலியின் மகிமையும்...

இன்னும் பல...

நடராஜர் திருவடிகள் போற்றி...

கரு வளர்சேரி கோவில்

(மயிலாடுதுறை அருகே மறுநல்லூரில் இருந்து இரண்டு கிலோமீட்டர் தொலைவில் உள்ள ஊர்)

அகத்தீஸ்வரர் சமேத அகிலாண்டேஸ்வரி...

அன்னை அகிலாண்டேஸ்வரி

சுயம்பு உருவமாக...

அதாவது உருவமற்று

அம்பிகையிடம் கரு உருவாகவும்,

ஆரோக்கியமாக வளரவும் அருள்வாள்...

ஈஸ்வரன் புரியும் கருணையே கருணை

அம்மையப்பன திருவடிகள் போற்றி...

திருக்கருகாவூர் கோவில்

முல்லைவன நாதசுவாமி சமேத
கர்பரட்சாம்பிகை...

ஈஸ்வரன் அனைத்து நோய்களையும்
தீர்ப்பவன்...

மாலையில் சாயரட்சை பூசையில்

நீ அருள் புரிந்தது பேரானந்தம்...

அம்பிகை கருவை காப்பவள்...

உன் அன்பு, அருள், கருணை...

குழந்தை பிறந்து தொட்டிலில்

வலம் வந்தது உன் கருணையே கருணை...

ஈஸ்வரன், அம்பிகை திருவடிகள் போற்றி...

சுவாமிநாதன் சுவாமி கோவில்
(சுவாமிமலை)

சுவாமிநாதன்...

நான்காம் படைவீடு...

முருகா உன் அருளே அருள்...

தந்தைக்கே ஆசானாக...

பிரணவத்தின் பொருள் உணர்த்தியவன்...

யானையை வாகனமாகக் கொண்டவன்...

குழந்தைகளுக்கு கல்வி ஞானத்தை
அளிப்பவன்...

சுவாமிநாத முருகா உன் திருவடிகள்
போற்றி...

தண்டாயுதபாணி சுவாமி கோவில்
(புழறி)

தண்டாயுதபாணி...

ஆறாம் படைவீடு...

கந்தா... போகரால் நவபாஷான சிலை

ஆண்டி கோலத்திலும் சரி...

ராஜா அலங்காரத்திலும் சரி...

அருள் என்றுமே மெய் மறந்து

உன்னையே பார்க்க செய்தது...

தங்க தொட்டிலும், தங்கத்தேரும்,

பஞ்சாமிர்தமும் சொல்ல

வார்த்தைகள் இல்லை...

முருகா உன் திருவடிகள் போற்றி...

சுப்பிரமணிய சுவாமி கோவில்
(திருத்தணி)

சுப்பிரமணிய சுவாமி...

ஐந்தாம் படைவீடு...

முருகா உன் கருணையை கருணை...

சாந்தமான உன் திருவுருவம்...

உன் அருகிலே தனித்தனி

சந்நிதியில் வள்ளி, தெய்வானை

365 படிகள் ஏறி தரிசிக்க...

வேல் வழிபாடு சிறப்புமிக்கவை...

அழகான மலையில் ஓர் அமைதி...

முருகா உன் திருவடிகள் போற்றி...

குற்றாலீஸ்வரர் கோவில்
(குற்றாலம் தென்காசி அருகே)

குற்றாலநாதர் சமேத குழல்வாய்மொழி
அம்பிகை...

பஞ்ச சபையில் சித்திர சபையாம்...

திருமால் வடிவில் இருந்த மூர்த்தியை

அகத்தியர் சிவலிங்கமாக மாற்றினார்...

64 தைலங்கள் சுவாமிக்கு தலைவலியால்...

நடராஜர் திரிபுரா தாண்டவம்...

அருவியின் அருகே காட்சி அழகு...

அம்மையப்பன் திருவடிகள் போற்றி...

மாரியம்மன் கோவில்
(சிவகாசி)

மாரியம்மா...

அம்மா உன் கருணையே கருணை

நீ பக்தர்களுக்கு அருள் புரியும்
தோற்றமும்...

திருவிழாக்களும், அன்பும்,
வழிகாட்டுதலும்...

உன் தரிசனம் என்றுமே அன்னை

போல் அரவணைப்பாகும்...

மாரியம்மன் திருவடிகள் போற்றி...

பத்ரகாளியம்மன் கோவில்
(சிவகாசி)

பத்ரகாளி தாயே...

அம்மா உன் அருங்காட்சியை

சொல்ல வார்த்தைகள் இல்லை...

பக்தி மட்டுமே அல்லாமல்

உன் அன்பு, அருள், கருணையும்...

பக்தர்களுக்கு என்றுமே நீ வழிகாட்டி...

பஞ்சமுக விநாயகரும், ஐயப்பனும்

அனைத்து கடவுளின் அருளும்

ஓர் பேரானந்தம்...

பத்ரகாளியம்மன் திருவடிகள் போற்றி...

இருக்கன்குடி மாரியம்மன்
(சாத்தூர்)

மாரியம்மன்...

    அம்மா என்றுமே உன் அருட்பார்வை

    சக்தி வாய்ந்தது...

    உன் ஆலயம் வரவைத்து எங்களுக்கு

    காட்சி கொடுத்ததற்கு நன்றி,

    பக்தி, அன்பு, வணக்கங்கள்...

    அம்மா உன் அருள், அன்பு, கருணை

    அனைவருக்கும் ஓர் வழித்துணை...

    மாரியம்மன் திருவடிகள் போற்றி...

செண்பகவல்லி அம்மன் கோவில்
(கோவில்பட்டி)

பூவனநாதர் சமேத செண்பகவல்லி...

அமைதியான கோவில்

சிவன், பார்வதி தரிசனம் எல்லையற்றது...

பூவனநாதர் ஆக சிவனின் அருள்

என்றுமே போற்றுதல் கூறியது...

செண்பகவல்லி அன்னை என்றுமே

கருணை நிறைந்தவள்...

சிவன், பார்வதி திருவடிகள் போற்றி...

மாரியம்மன் கோவில்
(விருதுநகர்)

மாரியம்மன்....

அம்மா ஒவ்வொரு பங்குனி

திருவிழாவும் பக்தர்கள் உனக்கு
அடிமை...

பங்குனி ராணியாக...

பக்தர்களின் பாசமும், பக்தியும்

அளவற்றது...

உன் கருணை, அன்பு, அருள் புரிதலும்...

உன் அருட்காட்சியும், கடைக்கண்
பார்வையும்

காண என்ன பாக்கியம் செய்தேனோ...

மாரியம்மன் திருவடிகள் போற்றி...

வெயில் உகந்தஅம்மன்
(விருதுநகர்)

வெயில் உகந்தஅம்மன்...

அம்மா நீ என் தோழி...

உன் அருட்காட்சியை பார்த்து தான்

எப்போதும் உன்னுடன் பேசுவேன்...

உன் அன்பு, அருள், கருணை,

தரிசனம் ஒர் பேரானந்தம்.

உன் ஆலயத்தில் அனைத்து கடவுள்

தரிசனமும் குறிப்பாக மரத்தடி

விநாயகர், அன்னபூரணி...

வெயில் உந்த அம்மன் திருவடிகள்

போற்றி...

இரட்டைப் பிள்ளையார் கோவில்
(விருதுநகர்)

இரட்டை பிள்ளையார்...

இரண்டு பிள்ளையாராக

அருள் புரியும் விநாயகா...

என்றுமே ஓர் அமைதி உன் ஆலயம்...

அனைத்துமே இரட்டிப்பாக கொடுப்பாய்...

உன்னை போற்ற வார்த்தைகள் இல்லை...

இரட்டைப் பிள்ளையார் திருவடிகள்

போற்றி...

விநாயகர் கோவில்
(விருதுநகர்)

விநாயகர் மற்றும் சிவன் நந்தியுடன்...

உன் தரிசனமே ஓர் தனி அழகு...

விநாயகா உன்னை பார்க்க ஓர் வியப்பு...

உன் அன்பு, அருள், கருணை...

விநாயகா திருவடிகள் போற்றி...

தள்ளுவண்டி ரங்கநாதன் கோவில்
(விருதுநகர்)

சிறிய வடிவில் ரங்கநாதன்...

எனக்கு மிக மிக பிடித்த ரங்கா கோவில்...

அப்படி ஒர் அழகு, அமைதி, ஆனந்தம்

ரங்கா உன் அன்பு, அருள், கருணை...

ரங்கநாதன் திருவடிகள் போற்றி...

ரங்கநாதன் கோவில்
(விருதுநகர்)

ரங்கா வண்ணத்தில் சிறு வடிவமாக...

மிகவும் அழகான தோற்றம்...

உன் ஆலயமே ஓர் அழகு...

உன் தரிசனமே ஒரு ஆனந்தம்...

அனைத்து கடவுளின் தரிசனம் ஓர் அற்புதம்...

உன் அன்பு, கருணை, அருள்...

ரங்கநாதன் திருவடிகள் போற்றி...

ராமர் கோவில்
(விருதுநகர்)

ராம, லட்சுமண, சீதாதேவி, ஆஞ்சநேயர்
உடன் அருள்பாலிக்கும் அழகே அழகு...
உன் தரிசனம் என்றுமே ஓர் அதிசயம் தான்
ராமா உன் கருணையே கருணை...
தனி சந்நிதியில் ஹனுமானும்,
சக்கரத்தாழ்வாரும் பின்புறத்தில்
விநாயகர், நாகர் உடன்...
சுற்றுப்புறத்தில் கிருஷ்ணனும்,
ஹயக்ரிவரும், தனி சந்நதி கொண்ட
லட்சுமி தேவியும், திருப்பதி பெருமாளும்...
அனைத்து கடவுளும் அருள் புரியும்
அழகே தனி தான்...
ஓர் மன அமைதி...
ராமர் திருவடிகள் போற்றி...

முருகர் கோவில்
(விருதுநகர்)

முருகா...

> வள்ளி, தெய்வானையுடன் முருகா...
>
> எனக்கு மிகவும் பிடித்தமான ஆலயம்...
>
> முருகனின் அழகே அழகு...
>
> ஒவ்வொரு முறையும் உன்னை
>
> பார்க்கும் போது ஓர் பரவசம்...
>
> விநாயகரும், நடராஜரும், மீனாட்சி
> சுந்தரேஸ்வரரும்,
>
> ஐயப்பனும், லட்சுமி, சரஸ்வதி,
> ஹனுமான்,
>
> தனிசந்நதி பெருமாள் கோவில்,
> 63 நாயன்மார்களும்
>
> இப்படி பல தெய்வங்கள்...
>
> அனைவரின் தரிசனமும் ஓர் மகிழ்ச்சி...
>
> முருகா உன் அன்பு, அருள், கருணை...
>
> முருகா உன் திருவடிகள் போற்றி...

சிவன் கோவில்
(விருதுநகர்)

மீனாட்சி சுந்தரேஸ்வரர்...

அம்மையப்பன் தனி சந்நிதி

கொண்டு அருள் புரியும் அழகே அழகு...

ஓர் அமைதியான கோவில்...

ஒவ்வொரு முறையும் உங்கள்

அருங்காட்சி அருமை...

அனைத்து தெய்வங்களின் தரிசனமும்

போற்றுதலுக்குரியது...

அம்மை, அப்பன் திருவடிகள் போற்றி...

சந்திர சூடேஸ்வரர் கோவில்
(ஓசூர்)

சந்திர சூடேஸ்வரரே....

மலையில் இருக்கும் ஈசனே...

சுயம்பு மூர்த்தியே...

சந்திரனால் பூஜிக்கப்பட்டவனே...

உன்னை காண்பதில் அத்தனை ஆனந்தம்

முதன்முதலில் சுவாமி மற்றும்

அம்பாள் தங்கத்தேர்...

ஒவ்வொரு முறையும் உன் ஆலயத்தில்

ஓர் அமைதி பேரின்பம்...

மரகதாம்பாள் உன் கருணையே
கருணை...

உன்னை காண என்ன புண்ணியம்
செய்தேனோ...

விநாயகர், முருகன், வள்ளி தெய்வானை

பஞ்சலிங்கம் இப்படி பல தெய்வங்கள்

என்றுமே உங்கள் அனைவரும் அருளும்,

அன்பும், கருணையும் பக்தர்கள் மீது...

உங்கள் அனைவர் திருவடிகள் போற்றி...

பிரசன்ன மகா கணபதி
(பெங்களூர்)

பிரசன்ன மகா கணபதி....

* டெக்கி கணபதி என்ற ஒரு செல்ல பெயர் இந்த

   பெங்களூர் கோரமங்கலா ஊரில்...

* எல்லோருக்கும் பிடித்தமான விநாயகர்...

* வேண்டியதை அள்ளிக் கொடுக்கும் கணேஷன்...

* எப்போதுமே ஓர் மன அமைதி,மகிழ்ச்சி உன் ஆலயம் வந்தால்...

* பிரசன்னமாக நீ அருள் பாலிக்கும் அழகே தனி...

* கருணை கடல் பிள்ளையாரே உன் திருவடிகள் போற்றி.

பெருமாள் கோவில்
(மடிவாலா மாருதி நகர் பெங்களூர்)

பெருமாள் கோவில்...

நான் பெங்களூர் வந்த முதல் நாளில்

உன் தரிசனம்...

என்னே உன் கருணை...

தேவியர்களோடு நீ அருள் பாலிக்கும்

அழகே அழகு...

ஒவ்வொரு புரட்டாசி

சனிக்கிழமைகளும்...

ஒவ்வொரு வருஷாபிஷேகமும்...

ஒவ்வொரு வைகுண்ட ஏகாதேசியும்...

ஒவ்வொரு உன் திருகல்யாணமும்...

ஒவ்வொன்றும் இன்னும் இறையன்பில்

சொல்ல வாத்தைகள் போதாது...

உன் அருளும், அன்பும், கருணையும்...

உன் திருவடிகள் போற்றி...

கணேஷா கோவில்
(மடிவாலா மாருதி நகர் – பெங்களூர்)

கணேஷா...

ஒரு சில சங்கடஹர சதுர்த்தி
அன்று உன் தரிசனம்...
ஒவ்வொரு வருஷாபிஷேகமும்....
அன்று உன் தரிசனமும், பிரசாதமும்...
ஒரு சில நாட்களில் உன்னை கண்டு
தரிசனமும், அருளும்...
விநாயகா உன் திருவடிகள் போற்றி...

வரசித்தி விநாயகர்
(அங்கேரி மைக்கோ லேஅவுட் பெங்களூர்)

வரசித்தி விநாயகா....

கம்பீரமான ராஜ விநாயகா...

ஐந்து வருடம் உன் ஆலயம் வந்து

தரிசனம்... என்னே! என் பாக்கியம்...

இன்று நினைத்தாலும் அந்த பத்து

நாட்கள் விநாயகர் சதுர்த்தி

மகா கொண்டாட்டம்

மனதில் பசுமையான நினைவுகள்...

ஒவ்வொரு சங்கடகர சதுர்த்தியும்,

தினமும் காலை 9 மணி பூஜையும் ,

மாலை 8 மணி பூஜையும்

பின்பு பிரசாதமும்,

என்றும் நீங்கா நினைவுகள்...

ஒவ்வொரு பண்டிகையும்,

ஒவ்வொரு புதுவித அனுபவம்...

பின்புறத்தில் லட்சுமி, அன்னபூரணி,

சரஸ்வதி காட்சி என்னே! என்

பாக்கியம்...

அப்பா விநாயகா உன் அருள், அன்பு

கருணை சொல்ல வார்த்தைகள்

போதாது...

அதை இறையன்பாக உணர மட்டுமே...

வரசித்தி விநாயகா உன் திருவடிகள் போற்றி...

மீனாட்சி அம்மன் கோவில்
(பன்னர்கட்டா ரோடு பெங்களூர்)

மீனாட்சி சுந்தரேஸ்வரர்....

என் 5 வருட இருப்பிடத்தில்

ஒவ்வொரு பிரதோஷமும் உங்கள்
தரிசனம்.

நந்தி தேவரின் அருளும், பிரசாதமும்,
என்னே! என் பாக்கியம்...

ஒவ்வொரு முறை 6:00 மணி பூஜை
காண கண்கள் போதாது... பின்புறத்தில்
அனைத்து கடவுள் தரிசனமும்
என்னே! என் புண்ணியம்...

ஒவ்வொரு மகாசிவராத்திரி
உங்கள் அன்பு, அருள், கருணை
இன்று வரை போற்றுதலுக்குரியது...

மதுரையில் காண முடியாத
மீனாட்சி அன்னை, அழகு சுந்தரேஸ்வரர்
இங்கே காட்சி தந்து பேரின்பத்தில்...

மீனாட்சி சுந்தரேஸ்வரர் திருவடிகள்
போற்றி...

இஸ்கான் கோவில்
(பெங்களூர்)

இஸ்கான்...

கிருஷ்ணனின் பெருமை உணர்த்தும்
ஆலயம்...

யோக நரசிம்மரும், பெருமாளும்

சிறிய திருவடிவ ஹனுமானும்,

பெரிய திருவடிவ கருடரும்,

காட்சிகள் என்ன ஒரு அழகு

ஒவ்வொரு சன்னதியிலும்...

கிருஷ்ணரும், பலராமனும்...

கிருஷ்ணரும், ராதையும்

ராம, கிருஷ்ண மந்திரமும்...

கலியுகம் காக்கும் நாமமாம்...

ராதாகிருஷ்ணன் திருவடிகள் போற்றி...

மீனாட்சி அம்மன் கோவில்
(மதுரை)

மீனாட்சி அம்மன் சுந்தரேஸ்வரர்...

அன்னை மீனாட்சி அருளே அருள்...

பாண்டிய நாட்டின் ராணியே...

உன் கையில் இருக்கும் பச்சைக்கிளி

பக்தர்களின் வேண்டுதலை காதில்

ஓதிக்கொண்டே இருக்குமாம்...

அனைத்து தேசத்தை வென்ற
அங்கயற்கண்ணியே,

இமயமலையில் சென்று இமாவானின்
மனதை வென்று...

சுந்தரேஸனாக ஆலவாய் வந்து...

மீனாட்சிக்கு ஏத்த சொக்கனாக மணம்
புரிந்து...

வைகை ஆற்றை தோற்றுவித்து...

மீனாட்சி அன்னை, சுந்தரேஸ்வரர்
உங்கள்

அன்பு, அருள், கருணை அனைத்தும்

கடலாக பாய்ந்தது...

உங்களின் திருவடிகள் போற்றி...

சாமுண்டீஸ்வரி கோவில்
(மைசூர்)

சாமுண்டீஸ்வரி...

மலையின் உச்சியில் வீற்றிருக்கும்
தாயே...

உன்னை காண எத்தனை உயரம்
வரவேண்டும்...

சக்தி பீடங்களில் சக்தியாக...

மகிஷாசூரனை வதம் செய்தவளே...

உன் கருணையே கருணை அம்மா...

அத்தனை கூட்டத்திலும் உன்

அன்பும், அருளும், கருணையும்

பக்தர்களுக்கு நீ வரப்பிரசாதம்...

சாமுண்டீஸ்வரி தாயே உன்னை போற்றி

பாட வரிகள் இல்லை அம்மா

உன் திருவடிகள் போற்றி...

நந்தி கோவில்
(மைசூர்)

நந்தி கோவில்...

பெரிய வடிவமாக இருப்பினும்...

உன் சாந்த ரூபத்தை...

அதுவும் அமர்ந்த கோலத்தில்

எத்தனை ஆனந்தம்...

சாமுண்டி மலையில் உன் தரிசனம்

என் அப்பன் சிவனின் சிறிய வடிவம்

பொருந்தி அருள் பாலிக்கும்

அழகே தனி....

நந்தி தேவர் திருவடிகள் போற்றி....

ரங்கநாத சுவாமி கோவில்
(ஸ்ரீரங்கப்பட்டணா கர்நாடகா)

ரங்கநாத சுவாமி...

    ஆதி ரங்கா, ஆதி திருவரங்கம்...

    ரங்கா உன் சயனகோலத்தில்...

    நீ அருள் புரியும் அழகே தனி...

    பஞ்சரங்க சேஷத்திரத்தில்

    முதன்மையானது...

    உன் பெரிய உருவத்தைக் காண

    பல கோடி கண்கள் பற்றாது...

    என்னே உன் அருள், அன்பு, கருணை...

    உன் சிலாரூபத்தை வேண்டாம்,

    வேண்டாம் என்று சொன்னாலும்...

    பிடிவாதமாக வாங்க வைத்து

    என் கூடவே வந்து இன்று என்

    இல்லத்தில் அமர்ந்து ஆனந்தமாக

    காட்சி அருள் புரிகிறாய்...

    ரங்கநாத சுவாமி திருவடிகள் போற்றி...

தாயார் ரங்கநாயகி...

    அம்மா உன் பெரிய திருவுருவம்...

    என்னே உன் அழகு, அன்பு, அருள்,

    கருணை...

உன் அருள் பார்வை என்மீது பட்டது
என்ன தவம் செய்தேனோ!
வார்த்தைகள் இல்லை அம்மா...
ரங்கநாயகி தாயே திருவடிகள் போற்றி...

அப்ரமேய சுவாமி கோவில்
(சென்ன பட்டணா ராமநகரா மல்லூர்)

அப்ரமேய சுவாமி...

ராமனுக்கு பிரியமான ரங்கா...

அழகான நவநீத கிருஷ்ணனும்

உன் கோவிலில்...

உன்னுடையவள்

"அரவிந்தவல்லியாக" லட்சுமி...

மயக்கும் அழகில் உன் தெய்வீக காட்சி...

அப்ரமேய சுவாமி திருவடிகள் போற்றி...

ஓம்காரேஷ்வரர் கோவில்
(கூர்க் மடிக்கேரி)

ஓம்காரேஷ்வரர்...

சிவனே உன் கருணை என்னவென்று
சொல்வது

எப்போது வந்தாலும் உன் அருட்பார்வை

பட்டதும் ஓர் பேரானந்தம்...

என் பிறந்தநாள் அன்று உன்

அருள் கிடைத்தது எனக்கு மட்டற்ற
மகிழ்ச்சி

என்றுமே பக்தர்களுக்கு உன்
அருட்கடாச்சம்...

ஓம்காரேஷ்வரர் திருவடிகள் போற்றி...

தலைக்காவேரி
(மடிக்கேரி கூர்க்)

தலைக்காவேரி...

காவேரியின் பிறப்பிடம்...

எவ்வளவு அற்புதமான காட்சி...

நந்தி தேவரின் வாயிலிருந்து

நீர் பாய்ந்து சிவலிங்கத்தின் மேல்
விழுதல்...

அகத்தியருக்கும், விநாயகருக்கும்

உள்ள தொடர்பும் ஸ்ரீரங்கம் வரை

காவேரி நதி பாய்ச்சல்...

இரண்டு மாநிலத்தை இணைக்கும்

காவிரி நதி...

பாகமண்டலம்
(மடிக்கேரி குடகு)

பாகமண்டலம்...

திரிவேணி சங்கமம் நதி பாய்ச்சல்...

விநாயகரும், முருகரும்,

சிவனும், ஐயப்பனும், திருமாலும்

அனைத்து தெய்வங்களும்

அருள் பாலிக்கும் காட்சி அற்புதம்...

www.ingramcontent.com/pod-product-compliance
Lightning Source LLC
Chambersburg PA
CBHW031125130726
47988CB00006B/2229